எனக்கு மட்டும் புரிந்த தனிமையின் நினைவுகள்

லதா

சூரியா

தமிழினி (ப்ரியங்கா)

INDIA · SINGAPORE · MALAYSIA

ISBN 979-8-88704-870-3

கனவுகள் தொலைத்து,

ஓர் வெற்றிக்காக உழைக்கும் அனைவருக்கும்

சமர்ப்பணம்…………

பெண்ணை வாழவிடு

அண்டத்தை பெண் என்பாய்

அகிலத்தை பெண் என்பாய்

நிலவை பெண் என்பாய்

நீரை பெண் என்பாய்

ஞாயிறை பெண் என்பாய்

ஞானத்தை பெண் என்பாய்

அன்பிற்கு பெண் என்பாய்

அறிவுக்கு பெண் என்பாய்

கருணைக்கு பெண் என்பாய்

காதலுக்கு பெண் என்பாய்

பூமிக்கு பெண் என்பாய்

புயலுக்கு பெண் என்பாய்

எதிலும் பெண் என்பாய்

எங்கேயும் பெண் என்பாய்

கற்பனையிலும் கவியிலும்

பெண்ணை போற்றாதே

நிஜத்தில் பெண்ணை போற்று!

— லதா

தமிழினி (ப்ரியங்கா) தொகுப்பு

உவர்நீர்

தீரா மௌனம்,
கறையா
நொடிகள்,
இமைக்கா
விழிகள்,
வாரா கால
நினைவுகள்,
அலசி,
கண் மீறி
கரைந்தோடும்
உவர்நீர்,
கரைந்து உருகி
கரம் தீண்ட,
ஓயா தேடல்
என தீர்பிட்டு,
அடா நிலை
கலைந்தது
மனது!

தொலை தூர காதல்

உன் பிம்பம்

காட்டும்

கைபேசி,

தொடுதிரை மேல்

உச்சிமுகுர படியும்

என் உடலின்

வரிபல்லங்கள்

சொல்லும்,

நம் பிரிவின் வலி!!

தொலை தூர

காதல் !!

கடந்து போன நிஜங்கள்

கரம் பிடிக்கும்

தூரத்தில்;

காதோடு பேசும்

தூரத்தில்;

கருங்கோன

பார்வை தூரத்தில்;

உந்துருளி

கண்ணாடி,

பிம்பம் பிடிக்கும்

தூரத்தில்;

சாலை நெரிசல்

இடைவேளியில்;

ஈரடி

இடைவேளியில்,

கடந்து போன

நிஜங்கள்,

கடத்தி போன

உயிர்!!

உப்புக் கரைசல்

மரியாதை!!!

உயிரோடு

உள்ளவரை

உதறிவிட்டு,

உயிரதங்கிய

உடலுக்கு

உப்புக் கரைசல்

அஞ்சலி??!

அந்தகார இரவுகள்!

தரிகெட்ட மூலை

தலைகீழாக தட்டி எழுப்ப,

விழித்திரையில்

வழிந்தோடும் பிம்பம்.

நிமிர்ந்து பார்க்க நிஜமில்லை,

நினைவே!!

அகம் விலிக்கும்

அசைபோட்டு பார்க்க,

இமைகள் விரிக்கும்

தாரை வார்க்க,

கடந்திடும் என் அந்தகார

இரவுகள்.....!

தமிழுக்கோர் கவிதை!

இரவேல்லாம் நினைத்து

கழிகிறது;

உன்னை எழுத,

கவிதை புனைய.

புலப்பட்டது,

பிரிதொன்றும் இனிதில்லை

"தமிழ்"

தவிர

இரயில் பயணங்கள்

குபு குபு சத்தம் போட்டு

கருபுகை உமிழ்ந்து

வந்துவிட்டால் ஊர்சுற்றி,

என்னை ஏற்றிக்கொள்ள..

சாலரத்தினூடே வரும் அனல் காற்று...

மின்விசிறியின் குளிர்காற்று..

களைத்த முகங்களின்

கலையாத களை..

தொடரியில் தொடரும்

சிநேகிதகங்களின் அன்றாட

விவாதமேடை..

குடுகுடு பாட்டியின் சிடுசிடு பேரத்தில்

பழக்கூடைக்காரி;

அவள் வாதத்திற்கு என்னை

ஆமோதிக்கச் சொல்லும் புன்சிரிப்பு..

காத்திருக்கும் உறவுக்கு தன்

வருகையை அறிவிக்கும் எதிர்

இருக்கைப் பெண்மணி..

ஒடுங்கிய உடம்பில் உயிர் மட்டுமே

ஒட்டிக்கொண்டிருக்க

வாழ்க்கையின் விளிம்பில்

ஓடிக்கொண்டிருக்கும் சாமானியர்கள்...

என் உள்ளம் உவகை கொள்வது

சிங்கார சென்னையின் இரயில்

பயணங்களில்...

மறுபடியும்

முற்றும் என முடிந்தபின்னும்

மற்றும் என் தொடரும்;

முற்றுப்புள்ளி முக்காற்புள்ளியாக;

முடிவுரை முகவுரையாக;

மீண்டும் வரும் காதல் கதை..!

நீதானே என் பொன்வசந்தம்!

உப்புக்கரைசல் ஒழுக தீட்டித்

தீர்ந்தாகிவிட்டது,

என் காதல் காவியம்..!

இது முடிவுரை அல்ல..!

என் தேசத்தின் முகவுரை..!

என்றென்றும் என்னோடு தொடரும்;

என் பென்வசந்தமாக..!

முதல் ஸ்பரிசம்!!

நினைவில் கடந்தது……,

வேகப்பேருந்தை கடக்க என்கரம் பற்றி

நீ கடந்தது..!!

அன்னையின் விரல் மட்டுமே

பிடித்திருந்தவள்,

அன்று உணர்ந்தேன்,

அப்பாவின் முதல் ஸ்பரிசம்!!

எனக்கு மட்டும் புரிந்த தனிமையின் நினைவுகள்

— காதலுடன்,

சூரியா மருது லதா.

கோமாளி விந்து

மயங்கிப் போன மனது,

போதையை தேடும் போது,

மறித்துப்போன நியாயம் எல்லாம்,

மறுமலர்ச்சி கண்டிடும்....

தேடிப்போன தேவதை,

தொலைந்தப்போகும் போது,

மறுத்துப்போன மனது,

வசைப்பாடும் மாந்தருள்,

தப்பி விழுந்த கோமாளி விந்து..

அனுபவிக்கும் அனுபவம்..

நகர்ந்து செல்லும் நாட்களில்,

நாள்தோறும் நகர்த்தப்படும் அத்தியாயம் ,

படிக்கும் போது புறட்டப்படும் நூலின் தாள் நாட்கள்.

முடிந்தவுடன் தாளின் ஞாபகம் மட்டும் மிஞ்சும்.

முடிந்த தாளை மறுமுறை புறட்டினால்

சுவாரஸ்யம் குறைந்து விடும்.

நேற்றைய நாள் வாழ்ந்ததற்கும்,

நாளைய வாழ்விற்கும்

அடையாளம் இல்லை.

இன்றைய நாளின்

அனுபவம் ஒன்று தான்

வாழ்வை வாழ்ந்ததற்கு அடையாளம்.

நாளைய நாளில்

காத்திருக்கும் ஆச்சரியம் பல.

அதை நினைத்து

இன்றைய நாளின் அனுபவம் தொலைக்கப்படுகின்றன.

வெகுதூர நடைபாதையில்

தொலைதூரத்தில் தோன்றும்

ஒரு சிறு புள்ளி

அருகில் வர யானையாய் மாறும்,

கடந்து செல்லும் போது

மறுபடியும் புள்ளியாய்

தொலை தூரத்தில் மறையும்.

அது போலத்தான் வாழ்க்கையும்.

கண்ணெதிரே தோன்றும் அழகை

மறைத்து விட்டு,

தூரத்து நிகழ்வுகளை நோக்கி

காத்திருந்து தொலைக்கப்படுகின்றன.

பிறருக்காக நல்லவனாய்

வாழ முயன்று,

அவன் வாழ்வை வாழ மறந்து,

முடியும் போது பயந்து,

அவன் யாரென்று

அறியாமலேயே சென்று விடுகிறான்.

நீ யாரென்ற கேள்விக்கு

பெயரை மட்டுமே

பதிலாய் சொல்லும்

மடமை மனிதர்களாக.

பல நேரங்களில் புதைக்கப்படும்

சிறு நம்பிக்கை கூட

நீ யாரென்ற கேள்விக்கு பதிலாகலாம்.

தெளிவான குட்டை

ஓர் இடம் தாண்டாது.

குழம்பாத மனது

மறுமலர்ச்சி காணாது.

கூட்டை விட்டு

பறக்க அஞ்சினால்

விரிந்த வானமும்

மேல் செல்லும் போது

கீழ் தெரியும்

அழகான காட்சியும்

காண கிடைக்காது.

சிறகு முளைத்தும்

தங்கக்கூண்டில் பூட்டப்படும்

விலையுயர்ந்த பறவையே நாம்.

பயத்தை விட்டு

கூண்டுக்குள் இருந்து வெளியே வந்தால்

காத்திருக்கும் ஆச்சரியமும்,

அனுபவிக்க அற்புதமான நிகழ்வுகளும்

உனக்காகக் காத்திருக்கும்.

பறந்து செல் உனக்காக காத்திருக்கும்

அனுபவத்தை தேடி......!!!!

சில நேரங்களில்

சில நேரங்களில் டடுமாற்றம்,

சில நேரங்களில் குழப்பம்,

சில நேரங்களில் கோபம்,

சில நேரங்களில் அழுகை,

சில நேரங்களில் ஏமாற்றம்,

தூக்கம் இல்லை இரவுகளில்,

புத்தகம் மற்றும் புகை

மட்டும் துணையாய்,

உன் தோள் சாய

ஒரு சில நேரம் கிடைக்காதா???

என்னுள் நீ

மனமுவந்த மடமை,

மலை தேடி வீசும் காற்று,

பொங்கி எழும் அலையோடு கடல்,

தெய்ந்திடும் நிலா,

தோன்றி மறையும் மேகம்,

தோன்றாமல் மறையும் நீயும்,

என் சொல்லி உன் அழைப்பேன்,

என்னுள் நீயே!

மாயாஜால பிம்பம்

புதைந்து போன
நினைவுகள் முன்னால்
புன்னகை பூத்த
முகமூடி,
மாயாஜால பிம்பமாய்
வாழ்க்கை.

சாதி மறுப்பு திருமணம்

சாதி மறுப்பை காதலித்து,

மணவறையில் சாதிக்கு தாலி கட்டி,

"சாதி ஒழிந்து

சமத்துவம் கிடைத்தது",

மடமை வாதம் பார்த்து

சிரிப்பதா ?

கோபப்படுவதா?

கண்ணு இரண்டும் மூடிக்கொண்டு

கண்டதெல்லாம் பூங்காவனம் என்றால்,

என்னவென்று சொல்வது?

வியாபார கல்யாணம்

ஆயிரம் காலத்து பயிராம் கல்யாணம்,

கூட்டம் பல கூடி நிற்க,

சில நொடிப்பார்த்து ஆம் சொல்லும்,

சந்தையென பொருள் பிடிக்க,

வியாபாரம் ஒற்றுப்போனால்

விலை சொல்லி நாள் குறிக்க,

மூன்று முடிச்சு கயிரினால்

இருவர் சுதந்திரம் பறிகொடுக்க,

பலர் பேசி நாள் குறித்து,

அன்னியர் இருவரை ஓர் அறைக்குள் பூட்டும்

ஆயிரம் காலத்து பயிராம் கல்யாணம்.

அன்புள்ள வேனு

கடந்துப்போன காலமெல்லாம்

நரையாய் பிம்பம் காட்ட,

கடக்கவிற்க்கும் காலமெல்லாம்

நீ சொன்ன வார்த்தைகள் மட்டும்

வாக்கியமாய்…..

அன்புள்ள வேனு….

கடலோர கவிதைகள்

கடலோடு வாழ்க்கை,

அலையோடு கரை சேரும்

நினைவுகளாம்,

பாதம் தழுவி

பின் செல்லும்,

கரையோடு விட்டு செல்லும்,

கரையோர கவிதைகளாம்.

பெண்-இயக்கும் ஆண்கள்

புணர்ச்சிக்கு விலை பேசி

உணர்ச்சிக்கு திரையிட்டு

ஊர் கூட்டி

நாள் குறித்து

அரங்கேறும் நாடகம்,

அடிமையாம் ஓர் உயிர்

பொதுவென ஊர் முன்,

கண்மூடி பார்வை ஏது?

அடைத்தவனே தலைவனானால்

பூட்டிற்கு சாவி ஏது?

என்னவளே

கனம் தோறும் உன்னை எண்ணும் போது

நொடிக்கு ஒரு முறை

சற்றே என் இதயம்

தடுமாறும்.

ஒவ்வொரு முறையன மற்றொரு முறை

தடுமாற தயக்கம் காணும்....

விலகிச் செல்ல காத்திருக்க

நெருங்கி அருகாமையில்

என்னையே நான் துலைத்தேன்..

என்னவளே...

வாரணம் ஆயிரம்

கோடியன இவ்வுலகில் கொட்டிக்கிடக்க,

எத்தனை அனுபவங்கள் ஒரு நாளில்,

சிர்த்தேன், அழுதேன்,

வெற்றியில் விழாவைத்தேன்,

தோல்வியில் சற்று சோர்ந்தேன்,

பிரித்தேன்,

என்னையே துலைத்தேன்,

தேடி கண்டேன்,

தேடலே ஒரு அனுபவமானது;

அத்தனை அனுபவத்திலும்

எத்தனை மனக்கிலர்ச்சி,

வானமே எல்லை

எனும் போது,

வர்ணஜால வாழ்க்கையில்,

வண்ணங்களும் ஆயிரம்,

வாரணம் ஆயிரம்

கனிவதெல்லாம் காதலே

தீண்ட தீண்ட மேகம்,

மோத மோத மோகம் கொண்டு உரச,

மேடையென இடி;

தழுவிக் கொண்ட தருணம்

தரைமீது துளியென சாரல்

உன் பெரும் மூச்சே,

காற்றாய் என் மீது

வீசுதடி;

அள்ளிக்கொண்ட காதலெல்லாம்

அகம் புறமென,

இலக்கணம் தேடி சுற்றுதடி;

பொருள் அறிந்த மேதை

சொல் தேடும் பேதை,

இலக்கிய எழுத்தும்,

இலக்கணம் தவற,

இம்மேடையில்

தவறெல்லாம் பொருளாகும்.

பிதட்றிச்செல்ல பிதட்றெலும் இல்லை,

கணிக்கொண்ட காதலுக்கு

கனிவதெல்லாம் காதலே.....

அடிப் பெண்ணே

சொல்லேதும் இல்லாமலே
சொற்சுடர் கவியெங்கும்,
உன் பார்வை விழி போதும்
அடிப் பெண்ணே,
சொக்கிப் போனேன் நானும்...
எழுத்தோடு போராட்டமாம்
புத்தி ஏதும் கலங்கி நிற்க
அடிப் பெண்ணே,
உன் முன் நான் மௌனமாய்....
காற்றோடு கலந்துச்செல்லும்
கரு கார்மேகத் தூரலாய்
மதி எங்கும் உன்னைத் தேட
அடிப் பெண்ணே,
மறு வார்த்தையின்றி நான் இங்கே...
சொல்லித்தீர்க்க நீ இல்லை,
சொல்லி முடிக்க நாள் இல்லை,
பித்தன் என நான்
உன் முன்னே,
அடிப் பெண்ணே,
மொத்தம் என நீ
என்னுள்ளே......

அவள் தந்த மயக்கங்கள்

காதல் கொஞ்சம்

காயம் கொஞ்சம்,

நடுவினில் நானும் தவிக்கிறேன்,

கைகள் கோர்த்து

போகும் தூரம்,

பெண்ணே உன்னை நேசிக்கிறேன்.

கண்ணம் குழிகளில் உன்தன் முத்தச்சரங்கள்,

அதை இட்டுச்சென்ற இதழ்களில் நூறு வரங்கள்,

காதல் கொண்ட இதயத்தின் நினைவலைகள்,

அதை தந்துச்சென்ற விழிகளில் எந்தன் காலங்கள்;

நூறென்ன முத்தங்கள் நீ தந்து போனாயே,

தேடாத அர்த்தங்கள் என் வாழ்வில் தந்தாயே,

போகாத தூரங்கள் நீ கூட்டிச் சென்றாயே,

போதும் பெண்ணே

நீ தந்த மயக்கங்கள்;

காணாத வாழ்க்கைக்கு அர்த்தங்கள் ஆனாயே,

தோன்றாத பாதைக்கு தொடக்கம் நீ தந்தாயே,

காணாத கனவுக்கு சிறகொன்று கொடுத்தாயே,

போதும் பெண்ணே

நீ தந்த மயக்கங்கள்;

கோப்பைக்குள் அதங்காத காலம் தான் உன்னோடு,

வார்த்தைக்குள் சிக்காத பார்வை தான் உன்னோடு,

தீராத உரையாடல் தீராது உன்னோடு,

புரியாதா;

அன்பே தெரியாதா;

வேறெங்கும் திரும்பாத விழிகள் தான் உன்னோடு,

நொடிபோதும் அடங்காத புன்னகை உன்னோடு,

காலங்கள் ஆனாலும் கண்ணே நீ என்னோடு,

புரியாதா;

அன்பே தெரியாதா;

காதல் கொஞ்சம்

காயம் கொஞ்சம்,

நடுவிலே நானும் தவிக்கிறேன்,

கைகள் கோர்த்து

போகும் தூரம்,

அன்பே உன்னை நேசிக்கிறேன்.

கண்ணம் குழிகளில் உந்தன் முத்தச்சரங்கள்

அதை இட்டுச்சென்ற இதழ்களில் நூறு வரங்கள்

காதல் கொண்ட இதயத்தின் நினைவலைகள்

அதை தந்துச்சென்ற விழிகளில் என்தன் காலங்கள்

கனவு பயணம்

கனவுகள் ஒருபக்கம் நகர்ந்திட,

காலங்கள் சுழற்றி தள்ளிட,

நிகழ்ந்திடும் நாடகம்;

நகர்ந்தே பயணம் நான் செல்ல,

பயன்தே ஒரு மனம் பதறிட,

போட ஒரு வாழ்க்கை,

தோர்த்தாலும் நானாகட்டும்,

மாறினாலும் நானாகட்டும்,

மறனித்தாலும் அது

நானாகவே இருக்கட்டும்..

ஒ பெண்ணே

உன் பார்வையில் நூறு அர்த்தங்கள்

ஒ பெண்ணே

உன் விழி மூடி திறக்கையில்

என் இதயம்

நூறு முறை சுக்குநூறாகுதடி;

உன் மௌனத்தின் ஆழங்கள்

ஒ பெண்ணே

உன் ஒரு வார்த்தையில

நான் பல நூறானேனடி;

போகும் பாதை இனி உன்னோடு

கரங்கள் கோர்க்க நீ வேண்டுமடி,

காரணங்கள் இனி தேவையில்லை

ஒ பெண்ணே

எப்போதும் நீ என்னோடு;

புதைந்து போன ஆசையெல்லாம்

கோபுரமாய் அன்பே,

ஒ பெண்ணே

என் கவிக்கு அர்த்தமாய்

நீ என்னோடு...

ஒரு பயணம்

உயிருக்கும் உறவுக்கும்

உணர்வூட்டும்

சிந்தும் கண்ணீரும்

மிச்சம் இருக்கும் கவிஞனுக்கு

கவியே....

எட்டிப்பிடிக்க வானம்

தொடும் தூரத்தில்

மிச்சம் வைக்க கனவவேன்...

சகித்துக்கொண்டு சக்கரமாய்

சுழலும் வாழ்க்கை

இனி பொறுத்துக்கொண்டு

பொம்மையாய் வாழ்வதேன்....

தூரம் அறியா பயணம்

ஒரு பயணம்

இந்த உலகின் அழகில்

நான் தொலைய

தொலைந்தே நான் போக

அந்த ஒரு பயணம்....

இறுக்கி அணைக்கும் காதல்

இடைவேளி

குறையாத நெருக்கம்,

உன்னை அணைக்கையில்,

மூச்சி காற்றும்

புகாது இறுக்கும்,

தொண்டைக்குள்

சிக்கும் வாசம்,

உன்னை பார்க்கையில்

கவியாய் காதல் வாசம்!!

அவள் அருகினில்

புது காற்று,

புது மழை,

மலையோர வாசலிலே

மாலை நேர வெண்பனி,

தீ சுடும் வேளையிலே,

என் அருகினில் நீ,

தொட்டு பார்க்க தோனுதடி,

முத்தம் கேட்கும் கண்ணங்களில்,

விட்டு வைக்கும் இடைவேளி,

வீசும் காற்று கூட போதாதடி,

இன்னும் என்ன முள்வேலி,

வெட்டி எறி என்னை அணைத்தப்படி,

உன் அருகினில் நான்!!

விலையில்லா மாந்தர்

ஒளி திரள
சேலையும் அதனோடு,
மார்பகத்தே இறக்கி நின்றாள்
நீட்டும் கையோடு;
எவனோ ஒருவன் கூட்டிச்சென்று
ஆடைகள் களைய
பசிக்கு பொறுக்கித் தின்ன
அறைகுறை தட்டில் மட்டும்
எச்சம் ஆக,
கற்புக்கு பொருள் வகுத்து
வேசி பட்டம் அவன் சூட்ட,
கேட்டும் கேளாமல்
செவி மூடி அவள் செல்ல,
காதல் பள்ளியறையில்
களவி மட்டுமே அவள் கண்டு
கனவுக்காக பிணமாகி
மீண்டும் நகர்கிறாள்
அந்த விலையில்லா மாந்தர்…

அறிவாளி கோமாளி

காயங்கள் அது

கண்முன்னே தெரியும்,

வலிகள் அது

கண்ணீரில் புரியும்,

வழிகள் ஏது

முடிவினில் விளங்கும்,

புதையும் வரை

இந்த புதிரும் தொடரும்...

வீழ்ச்சியை காணாத நதியும் தான் ஏது?

சுழற்சியில் சிக்காத படகும் தான் ஏது?

போகும் பாதை எதுவரையோ

பயணமும் அதுவரையே...

போகாத ஊருக்கு

பயணச்சீட்டு வாங்கிய

அறிவாளியே நான்......

பயணப் பாதை

கரையும்
கடந்து போகும்,
பிறையும்
பௌர்ணமி ஆகும்,
நடுச்சாமம்
மௌனம் கூட
மேகங்கள் காண
மெல்லிசையாகும்,
முழித்துக் கொண்டே
மயங்கிப்போன மனதை,
விழித்துக் கொண்டே
காதலில் பரிக்கொடுத்தேன்...

எழுத்தழகி

சிரிப்பில்

சிக்கிக் கொண்டேன்,

முத்தழகி....

பார்வையில்

நான் விழுந்தேன்....

அறிவாலே,

வார்த்தையில் நான் வியந்தேன்...

எழுத்தாலே

எழுதி போன கவிதை நீ....

கனவோடு கலந்தவள்

அசைந்தாடும் புள்வெளி இடையில்
நெளிந்தாடும் வெண்ணிற மயிலாய்
மறைந்தாடும் குயிலே உன்னை நான்
கண்டேன்.....

சில நேரம் புன்னகை மொழியாய்
சில நேரம் கண்ணீரின் வழியாய்
சில நேரம் நினைவின் தொடராய்
கண்டேன்....

நினைவெல்லாம் துணையாய் கொண்டு
உன்னை விட்டு நகர்ந்தேனே,
புதுப்பாதை உலகை கண்டு
பறவை போல பறந்தேனே,

மாறாது மனமே மனமே
கனவோடு நகரும் தினமே....

அவள்

அவள் செல்லும் வழியின்

திசையை கண்டு

எந்தன் பயணம் தொடரும்,

வழி இல்லா பாதை

அவளின் இதயம்

அறிந்தும் மனமோ பதறும்,

நொடி தோன்றி மறையும்

அவளின் உருவம்

நினைவில் மாறா தங்கும்,

தேடி திரித்தும்

கிடைக்கா தேவதை

காணும் வறமோ வேண்டும்;

தேவதை அவள்,

என் பொண்மகள்;

பூஞ்சோலை அவள்,

என் தென்றல்;

மின்னலாய் அவள்,

என் வானவில்....

பறவையாய் நான்

துருவங்கள் தெரியா

நட்சத்திரம் தேடி

ஓடி அடங்கிய வாழ்க்கை;

அடுத்த வினாடி அறியா

பயணங்கள் தொடர

எண்ணாதப் பாதை ;

வாழ்வின் வழியாய்

விழும்பில் தங்கும் பறவை,

காணா நொடியாய்

பாதை திரும்ப,

எடுக்காத வழியாய்

வாழ்க்கை மாறும்.....

கல்யாண கைவிலங்கு

கண்ணிரண்டில் காதல் உண்டு

சொல்லிரண்டில் நேசம் உண்டு

காமன் கணக்கில் சேரா காதல்

புனிதமென்று சொல்வார் உண்டு;

விட்டு கொடுத்து போவார் உண்டு

உயிர் கொடுத்து காட்பார் உண்டு

வேசிப்பட்டம் வாங்கிக் கொண்டு

மனைவி பாக்கியம் மேலென்பாருண்டு;

கன்னி என்னும் கண்ணியமே

பெண்மை என்று காண்பாருண்டு;

இதை காணும் மனிதருக்கு

மூடர் என்னும் பெயருமுண்டு;

கறம் பிடிக்கும் கை

அறம் காக்கும் கண்ணியமே காதல்.....

மொழி தடுமாறும் கவிதை அவள்

பூமியில் ஒரு வானவில்

தோன்றுதே மெதுவாய்,

வாழ்க்கையில் புது வெண்ணிலா

பூத்ததே அழகாய்......

உன் அருகினில் நான்

வாழ்ந்திடும் நேரம்,

விரல் சேர்த்து நாம்

சென்றிடும் தூரம்,

நீளுமோ???

மனம் ஏங்குதே....

இரு விழிகளில் உன்னை

பார்த்திடும் நேரம்,

சிறு மொழிகளில் உன்னை

பாடிட தோன்றும்,

மௌனமாய்.....

அவை மாறுமோ?????

கற்புக்கு விலைபேசி தொலையும் கனவு

சுடர் தீயிட்டு

நிருபிக்க கற்பு

மட்டும் காரணமோ?

கருத்தியல் போர்கொண்டு

எதிர்க்கும் போது

விலை கேட்க்கும்

அவள் மானமோ....

கௌரவம் சுமக்கும்

சுமைதாங்கி

எத்தனை காலமோ?

திருத்தி மாற்றிட

கனவுகள் துளைத்து

சேவையே சாபமோ...

அடுப்பங்கறையில்

படுக்கை அறையில்

கலைக்கப்படும் எத்தனை கனவுகள்..

எதிர்த்து குரல் கொடுத்தால்

ஒடுக்கப்படும் எத்தனை உயிர்கள்..

தொடருட்டும் தேடல்

யார் யார் ஆயினும்

அவர் வினை நோக்கி பயணிப்பின்,

விடையில்லா பாதை ஒன்று

நொடி நொடியும் அழகாய் மாற்றும்;

எவர் செல்லா தூரம் தொடும்

மனம் மட்டும் போதும்,

காலங்கள் கடத்திச்சென்று

உலகின் ஓரத்தில் கரம் பிடிப்போம்;

கண்ணின் ஓரத்தில் கண்ணீர் கண்டால்

சிறு புன்னகையில் அதை துடைப்போம்;

வீழ்வதும் வாழ்வதும் ஓர் முறையே,

தயக்கங்கள் தாண்டி தொடரட்டும் தேடல்....

என் நண்பியே

சில நேரங்களில்,
உன் தோள்களில்
நான் சாயும்போது
சோகங்கள் மறந்து,
சுகமாய் கனவுகள் கோடி
நான் காண்கிறேன்;

அர்த்தங்கள் தாண்டி,
ஆயிரம் முறையாவது
இந்த உறவுக்கு
பொருள் தேடி
நான் அலைகிறேன்;

என் நண்பியே,
என் தேடலுக்கு விடையாய்
நீ வந்தாயே,
ஐய்யம்கொண்டு விலகி நின்றேன்,
இன்று காற்றோடு
ராசாலி ஆனேன்...

கலையும் கனவு

தொலையும் எனத் தெரிந்தும்
தேடிய பொக்கிஷம் அவள்,
தொலையும் போது என்னையும்
சேர்த்தே தொலைத்தேன் அவளிடம்;
கட்டிலில் எனதருகினில்
முகத்தினில் முத்தங்கள் விதைத்து
கண்ணீரில் ஆழ்த்திச்சென்றாள்;
தேடிய பொழுதுகளிலெல்லாம்
எனதருகினில் அவள் நினைவுகள் மட்டும்;
நாளையே இல்லை என அறிந்தும்
இந்த உறவுக்குள் என்னையே தொலைத்தேன்,
மீண்டும் ஒரு நாள் அவளருகினில்
நான் மீள ஒரு வரம் கேட்டு.

முடிந்திடும் வரை ஆடிடும் ஆட்டம்

மணம் தாங்கும் வரை தான்

மலரும் செடியினில் தங்கும்,

உதிர்ந்து சருகும் போது

பூக்களின் கதையும் மணலில் முடியும்;

மனிதவாழ்வும் விதிவிலக்கல்ல

நிரந்தரம் இங்கு எதுவும் இல்லை

உறங்கிதும் வரையில்

ஆட்டம் முடிவதும் இல்லை;

உணர்ச்சிகள் மட்டுமே அழகாய் மாற்றும்,

இறுதியில் வெந்திடும் போது,

வெறும் கட்டையாக போகும்…..

தனிமையின் எழுத்துக்கள்

தன்னந்தனிமையே
மெய்யாக மாறிப்போக,
நிழல் படம் நகலாய்
வார்த்தைக்கு துணையாய்
நானே மாற,
நொடிப்பொழுதும் போதையில்
உயிர் கடத்திச்செல்ல,
எண்ணிக்கை வாழ்க்கையில்
நம்பிக்கை எழுத்தாய் மாற,
தொலைத்த கனவை
எழுத்தில் மீண்டும் நான் கண்டேன்.

உன்னோடு என் பயணம்

உனது விழிகளில்

எனது கனவினை காண்கிறேன்,

உனது மொழிகளில்

எனது கவியினை தேடினேன்.

நெடுஞ்சாலை தூரம்

உன்னோடு நான் செல்லும் பயணம்,

முடியாமல்,

கண் விழிக்காமல்,

உன் தோளில்;

கடிகார நேரம் கூட

பொய்யாய் போக,

உனதருகினில் கதை பேச,

உன் புன்னகையில்

ஒரு கனம்

என் உயிர் தடுமாறும்;

துருவங்கள் தாண்டி

நீ சென்றாலும்

உன்னை சேரவே

என் பயணம் தொடரும்;

உன்னை தேடும் நான்

வானம் எங்கும் மிதக்கும் மேகம்

யாரை தேடுதோ?

அலைந்து திரிந்து யவரும் காணாமல்

மழையாய் பொழியுதோ!

நதியின் வழியில் உன்னை கண்டு

கடலில் சேருதோ!

மிதக்கும் மேகம் இதனை காணாமல்

மீண்டும் தேட

பயணம் தொடருதோ?

என் மை பேசும் கவி நீ

கதைகள் பல கூறும்

பேனாவின் மை கூட

மொழிகள் தாண்டி

கவிகள் பல பேசும்

உன் விழிகள்.

தர்ச் செயலோ விதியோ,

நீ என்வாழ்வில் வந்தது,

முடிவோ தொடக்கமோ,

உன்னோடு நான் இருப்பது,

கடந்து செல்லும் நாட்கள்,

கடத்திச் செல்லும் நினைவுகள்,

தொடரட்டும் மீண்டும் ஒரு பயணம்,

புதிதாக,

இம்முறை உன் புன்னகைக்காக மட்டும்;

கதாநாயகி/கதாநாயகன்

நீண்ட தூரப் பயணச்சாலை

சீராக அமைந்துப் போனால்,

முடியும்போது அனுபவம் ஏது?

மேடு பள்ளம் தாண்டி,

வளைவு நெளிவில் பயணித்து,

முடியும்போது நின்றுப்பார்த்தால்,

மேகங்கள் தொட உயர்ந்து,

உச்சத்தில் நீ;

கடந்த வாழ்வின் அனுபவம்

அழகாய் கண்முன்னே தோன்றும்;

புல் பூச்சி பூக்கள்,

செடி கொடி மரங்கள்,

வார்த்தைக்கும் வாழ்க்கைக்கும் இடையில்,

இவை நேசத்துக்கு நேரம் ஒதுக்கிடு,

சோகங்கள் யாவும் சொந்தங்களாக்கி,

சிரித்தே நீ வாழ பழகிடு,

வெற்றிக்கு பஞ்சம் இல்லா உலகு,

உன் உலகு உனக்காக;

கட்டி அனைத்து தழுவிக்கொள்,

உன்னை காதலிக்க பழகிக்கொள்,

நீயே உன் முதல் கதாநாயகன்/கதாநாயகி;

அறிவு கடல் அவள்

பொறுமை காக்கும் விழியின் ஆழத்தில்

அமர்ந்திருக்கும் அவளின் அறிவு,

வெத்து நோட்டும் அவளின் விரல் பட்டால்

பகுத்தறிவு பேசும் நூலாகும்,

எழுத்துக்குள் ஒளிந்திருக்கும் இலக்கணம் கூட

மாறியாய் பொய்யும் அவளின் கவிக்கு,

அடக்கும் கரம் கொண்ட மடமை பேச்சுக்கு

எதிர்த்து நிற்க்கும் அவளின் துணிவு,

கரம் நீட்டும் தேவதை அவள்,

வாள் தீட்டும் வீராங்கனை அவள்,

நான் வியக்கும் அறிவு கடல் அவள்

இதுவும் கடந்து போகும்

மாறாத காயங்களும் ஏது?

நேரத்தால் ஆராத வலிகளும் ஏது?

நொடிக்குள் ஒளித்து வைத்திருக்கும் ஆச்சரியம்,

உன் கண்ணீரில் ஒளிந்திருக்கும் காயங்கள் ஆற்றும்;

மறுத்துப்போன மனதிற்கு,

மருந்தாய் பல நேசங்கள் தோன்றும்;

புடைந்துப்போன உன் கனவிற்கு,

சிறகாய் ஆயிரம் கரங்கள் தோன்றும்;

வீழ்வதும் வாழ்வதும்

இயற்கை நடத்தும் நாடகமே,

அதில் வந்தவரும் போனவரும்

நாளும் காணும் கதாப்பாத்திரமே;

உடைந்து போகாதே,

இதுவும் கடந்து போகும்,

எதுவும் கடந்து போகும்;

அழகை தீண்டும் ஆண்-அவம்

சிறகடிக்கும் பட்டாம்பூச்சி,

ஏதோ ஒன்று எட்டிப்பிடிக்க,

சிறகு கிழிய,

வர்ணம் தீட்டிய சிறகே

பழியாய் மாறிப்போக,

தொட்டுச்சென்ற இடமும்,

அது தனக்கென்று சொந்தம் கொள்ள,

மூடிவைத்த கண்ணாடிக்கோப்பைகுள்

முட்டி மோதி பிம்பம் மறைய,

கண்ணாடி அறியா பட்டாம்பூச்சி,

அதுவே உலகமாய் மாறிப்போக,

கலைத்து சோர்ந்து,

அதுவே பழகிப்போக,

ஒன்றென இரண்டென்ன,

கோப்பை உடையும் வரை,

கூட்டம் கூட்டமாக பட்டாம்பூச்சி,

அதனையும் சேர்ந்து,

சுதந்திரம் தேடி பறக்கட்டும்.

தேட பழகிடு

இருட்டினில் வெளிச்சம்
தேடி அலையும்
சிறுப்பூச்சின் உயிரும்,
அணுவினில் புதைந்த
மரபு எவருக்கும் இருக்கும்;
விடியல் காத்திருப்பும்,
விடியும் போது பூ திறப்பும்,
இயற்கையின் முகமே,
புரியும்போது புதையலும் அகப்பதுமே!

எல்லாம் அவளே

கண்ணாடிக்கு பிம்பம்
அவள் காட்டினாள்,
கனாவிலும் உயிர்
அவள் ஊட்டினாள்,
ஓடி நின்றேன்,
சுவாசம் தாண்டி
அவளே மெய்யானாள்,
கை நீட்டி
தொடச்சென்றாள்,
அவளே காற்றாய் போனால்,
மெய் தாண்டி
அவளே பொருளானாள்,
கவிக்கு பொருள் தாண்டி,
அவளே உயிர்க்கு
அர்த்தமாகிப் போனால்;

நீயே என் முகவரி

ஒரு மரத்தின் நிழல்

வழியெங்கும் துணையானால்,

நினைவெங்கும் இனிக்கும்;

இந்த சாலைப் பயணம்

உன்னோடு போகுமானால்,

சேரும் இடம் இனி வேண்டாம்;

வார்த்த்கள் வேண்டாம்,

உன் மௌனங்கள் போதும்;

யுகங்கள் வேண்டாம்,

உன்னோடு காலங்கள் போதும்;

பகலிரவாய்

உன்னோடு கதைப்பேசி,

சாய்ந்துக்கொள்ள

உன் தோள் போதும்;

முதலோ முடிவோ,

என் முகவரி

நீயே ஆகட்டும்;

புதையல்

எதுவரை அழைத்துச்செல்லுமோ

வாழ்வும் அதுரையே;

காலங்கள் மாறும்,

காயங்கள் ஆறும்,

விழுந்து எழுந்தப்பின்

வாழ்வும் படிப்பறையே;

உணர்வுகளும் மாறும்,

உறவுகளும் மாறும்,

புரிந்து தெளிந்தபின்

வாழ்வும் தெளிவுரையே;

தேடலில் தொடங்கி,

தேடலில் முடியும்,

வாழ்வும் ஓர் தேடலே;

இதற்கிடையில்

சிரித்து மகிழ ஒரு நாள்,

மற்றொரு நாள்,

மீண்டும் ஒரு நாள்;

ஆயிரம் அர்த்தங்கள் தாண்டி,

அற்புதம் தேடும்

வாழ்வும் ஓர் புதையலே!

அறிவுடன் அறியாமை

ஒரு விழி பார்வை,

முக்கோண நாடகம் நடத்தும்,

வழி நான்கென்னும் போது

பாதை ஒரு வித கற்பனை,

அசைவின் அடிப்படையில் நடக்கும்

அரங்கேற்றம் அலுத்துப் போகும்,

நினைவிலும் அடங்கும்,

ஆயிரம் அர்த்தங்கள்

நான் அறிவேன்,

அறிவுடன் அறியாமை....

அடிமையானவள்

அகங்காரம் காணும் கௌரவம்
அகாரம் கருவறை காட்டும்போது
கருவினில் பெருமை சுமைதாங்கும்
பெண்மையின் பெயரால் அடிமையானாள்
அவள்;

இரண்டாம் காதல்

எவ்வளவு நாள் உன்னை

கடந்து திரிந்தேன்

என தெரியவில்லை,

எவ்வளவு நாள் உன்னை

மறந்து திரிந்தேன்

என தெரியவில்லை,

சிரிக்கும் போதெல்லாம்

என் மனதில் நீ தான்,

சிந்திக்கும் போதும்

என் மனதில் நீ தான்,

நொடிக்கு நூறு முறை யோசித்தேன்,

உன்னை நான் முதலில்

சில காலங்கள் முன் கண்டிருக்க கூடாதா!

அவள் அருகினில்

சில காலங்களில் சலித்து போகும்

உறவுகளின் இடையில்

காலங்கள் பல கடந்து

நரை முடி முகம் மறைக்க

தோல் சுருங்கி

விழி மழுங்க

தடுமாறும் நடையிலும்

அவள் கரம் பிடித்து

முதல் முறை

அவளது கண் விழிகளில் மயங்கும்

காதலின்றி

விழி மூடுகையில்

இழந்ததை எண்ணும்

வாழ்வின் பொருள் என்னவோ?

கண்ணீரில் தொடங்கும் வாழ்க்கை

அவள் அருகினில் புன்னகையில் முடியட்டும்!

உதிரிப்பூக்கள்

கண்ணீரின் ஆழம்

மனம் கண்டு

மனதின் ஆழம்

காயத்தில் ஒலிந்தப்பின்

உயிரின் ஆழம்

துணை கண்டு

உதிர்ந்து போகும்

உதிரிப்பூக்கள்;

காற்றோடு கலந்து

எஞ்சி நிற்கும்

நினைவின் ஆழம்

வலியில் கடந்து போகும்;

தனித்து நிற்கும்

வாழ்வின் ஆழம் உன்னோடு

முதலில் உன்னை கண்டு

உன் கை கோர்த்து

உன்னில் நான் தொலைய

தவித்து நின்றேன்!

ஆசை

தள்ளி நிற்கும் வானவில்லை

துள்ளி குடித்து,

எட்டிப் பிடித்து,

பாதையாய் அமைத்து,

உலகம் சுற்ற ஆசை;

மேகங்கள் யாவும்

அள்ளி அனைத்து,

போர்வைக்குள் மறைத்து,

மெத்தைகள் அமைக்க ஆசை;

நட்சத்திரங்களை அள்ளி

கண்ணாடி கோப்பைக்குள் அடக்கி

இரவில் விளக்காய் மாற்றிட ஆசை;

வீசும் காற்றில்,

என்னில் விழும் மழைத்துளியில்,

நடுங்கி நடைப்போட ஆசை;

கார்மேகங்கள் கீழே

கட்டில் அமைத்து,

துயில்கொள்ள ஆசை;

தப்பி விழுந்த தேவதை

எடுத்துக் கொண்டுச் சென்றப்பின்

காத்திருப்பில் காயம் கண்டு,

கொடுத்துச் சென்றதெல்லாம்

நினைவினில் மட்டும்;

உலகம் தாண்டி

பறந்துச் சென்றேன்,

தேவதை அவள்,

நிஜத்தில் கண்டேன்,

மீண்டும் சிரிக்க பழகிக்கொண்டேன்,

அவள் அருகினில்,

எத்தனை அழகு,

உணர்ந்துக் கொண்டேன்,

வின்னில் இருந்து

தப்பி விழுந்த

சிறகில்லா தேவதை நீ!

அவள் அவன்

காற்று கடத்திச் செல்லும்

காகிதமாய் நான் ஆனேன்;

நொடிக்கு நூறு எண்ணங்கள்,

அவளை நினைக்கையில்,

ஆயிரம் கவிதைகளாய் ஆகிப்போகும்;

அவளுக்கு வர்ணம் தீட்ட

தூரிகையில் வண்ணங்களும் தீர்ந்துப்போகும்;

அவள் சிரிப்புக்கு கோமாளி கோலம்,

அது நானே!

அவள் அறிவுக்கும்!

மைய் போட்ட கண்களில்

சிறு திமிரு,

சிறு கர்வம்,

அது அவள் தானே!

வாள் வீச்சிலும் கூர்மை பேச்சு

அது அவள் தானே!

என் அவள் தாண்டி

அவள் அவன்!!

கண்ணீரில் ஆறும் காயங்கள்

ஆகாய தூரம்
பாதை நீளும்,
செவ்வானப் பறவையாய்
நாமும் போவோம்;
வழி தங்கும் மரங்கள்
யாவும் கூடாய் மாறும்,
வலிகள் கூட இங்கு
சுகமாய் ஆறும்:
கண்மூடி நீயும்
வாழ்வை கண்டால்,
காயங்கள் யாவும்
கண்ணீரில் ஆறும்

அவள் சுவாச ஸ்பரிசம்

தொட்டு தீண்டும் தென்றலும் கூட

என் முகத்தினில் பட்டு கடக்கும்போது

உன் வாசம் வீசி செல்வதேனோ?

கடந்து முடிந்த பாதைகள் தாண்டி

கடக்கவிற்குன் பாதையிலும் உன் தடம் ஏனோ?

என் சொற்களிலும்

செயல்களிலும்

சிறு அசைவினிலும்

நீ ஏனோ?

நிருத்தம் தாண்டி பயணிக்கும் பயணம்

ஆச்சிரியத்தையும் அனுபவத்தையும்

அதனோடு நினைவுகளையும் கொண்டு நகரட்டும்.

கடக்கும் வாழ்க்கை கடப்போம் வா

நேற்றுவரை கனவினில் வாழ்ந்த வாழ்க்கை

புதைப்போம் வா,

காலை எழுந்து நாளை விழுங்கும் வாழ்க்கை

கடப்போம் வா,

வண்ணங்கள் தீட்ட வானம் காத்திருக்குபோது

தூரிகை கொண்டு ஓவியன் ஆகிடு,

இராகங்களாக தூரல்கள் தூவும் போது

சாரலில் நினையும் கவிஞனாய் மாறிடு,

சின்ன சின்ன ஆசையில் தான்

இந்த வாழ்க்கை ஒளிந்திருக்கு,

அள்ளி கட்டிக்கொள்ள ஆனந்தம்

இங்க கொட்டிக்கிடகு,

நாளை கடக்கும் நாளை நாளைக்கு,

வாழ இந்த வாழ்க்கை இன்றைக்கு!

குழலி

குழலி வெண் குழலி

உன் குறலில் என் குழப்பங்கள் தீர்ந்ததே,

மழலை மனம் போல,

லேசான இலையாய் காற்றில் அது பறக்குதே,

தட்டி தடுமாறி உன் கரம் பற்றிக்கொள்ள

புதிதாய் நம்பிக்கை பிறக்குதே,

குழலி வெண் குழலி

உன் குறலில் என் குழப்பங்கள் தீர்ந்ததே!

நிழலாய் போன நிஜங்கள்

நிழலாய் போன நிஜங்கள்,

அவள் கை கோர்க்கையில்,

காற்றாய் மறைந்த நினைவுகள்;

விழி தேடும் அவள் முகம்,

கனவிலும் கண்ணீர் துளியே என்னிடம்;

சென்ற இடமெல்லாம் காதலின் தடம்,

காற்றாய் எந்தன் சன்னல் வசம் வீசும்;

என் அவள் "ஸ்ரீ"....

காதல் வரம்

காதல் எண்ணும்

இரு உயிர் கலந்திடுமோ,

உன்னை தொட

எந்தன் உயிர் கறைந்திடுமோ,

மொழிகளில் உந்தன்

பெயர் கவியாகுமோ,

விழிகளில் எந்தன்

உயிர் பலியாகுமோ,

அருகினில் சிறைப்படும் ,

ஒரு வரம் காதல் தருமோ...

பேதிச்ச மூடன்

காலங்களும் கழிகிறது

சுழன்றுச்செல்லும் வேளையில்

காலையும் மாலையும் என

கணக்கில் அடங்காத நாட்கள்....

பொருளீட்டும் இவ்வுலகில்

பொருள் தேடி

பிடத்றித்திரியும்

பேதிச்ச மூடன்....

புது கவிதை

கிளை தங்கும் பறவைக்கெல்லாம்

கிளையோடு சொந்தம் கொண்டால்

பரந்து விரிந்த வானில்

சிறகு விரிக்க ஏக்கம் ஏது?

கடல் கடந்து நான் பறந்தேன்…

நிலை என்னும் நிலையே

நிலை இல்லாதது,

பல முகங்கள் வேடிக்கை மனிதர்கள்..

ஒரு கவிதை தேடிய வாழ்வில்

தினம் ஒரு புது கவிதை….

அரசியல் நாடகம்

மனித உறவு பழகிட

விதியோடு மதி மழங்கிட

உறவோடு உயிர் அரசியல் வெறி

கோரம் கொண்டு கொடுரம் செய்திட

தின்னும் சோறும் அரசியலாச்சி

திண்ணை தூக்கம் அரசியலாச்சி

பாடை தூக்கும் பாதயாத்திரை

பிணவறை

கொலுத்தும் தீயில் கொண்டாட்ட

மணவறை

சுதந்திர தாகம் தணிக்கும்

படிப்பறை

விதைச்சவன் வியர்வை துளி

பொதைச்சவன் பணவெறி

மூடி முழுகும் சாக்கடை

எல்லாம் இங்கே அரசியலாச்சி…

கடவுள் விதி

எட்டா உயரத்தில்

நிலவையும் நட்சத்திரத்தையும் படைச்சவன்

முட்டா பயலுக்கு

புத்தி மட்டும் விதைச்சிடான்

தட்டாம் பூச்சி இப்போ

எட்டா உயரம் போச்சி

எட்டிப்பாக்க தயங்குனவேல்லாம்

மற்றதுக்கு இறையாட்சி

விதினு கோடு போட்டா

மதி நிலவு தோடுமாம்

ஒரு முறை தொட்டு தான் பார்ப்போமே...

பார்வையில் குருடன்

ஒன்றென வழியிருக்க
ஒற்றென உயிர்கொண்டு
பித்தென காதலாய்
சொட்டும் மழைத்துளி
சற்றென இருள் சூழ
ஒளி தேடும் குறுடன்
வழி அறியா மூடன்...
கார்மேகங்கள் கிழித்தெறிய
மேல் செல்லுமாம் பருந்து.

என்றும் என்றென்றும்

காலங்கள் மாறும்

கனவுகள் மாறும்

நினைவுகள் மாறும்

நிகழ்வுகள் மாறும்

உறவுகள் மாறும்

ஆனால் என்றெமே மாறாத ஒன்று

முதல் காதல்...

சில நேரங்களில் கண்ணீர் தரும்

சில நேரங்களில் புன்னகை தரும்

சில நேரங்களில் கண்ணீரோடு புன்னகை தரும்

அழகிய நினைவுகள்

என்றுமே ஆறாத காயங்கள்

என் வாழ்வின் ஊன்றுகோல்

என்றும் என்றென்றும்...

வா நண்பா

சேடி தேடி

தீர்ந்த பின்பும்

தீராத வாக்கியம் ஒன்று,

புயலதித்த கடல்மீது

வழி காட்டும் வானத்து மின்மினிகள்,

பயம் கொண்ட மனதே

பாறையென தடை,

தள்ளி வைக்க நம்பிக்கை.

கூரைவிட்டு வானம் பார்

கொட்டிக்கிடக்கும் வின் மீன்கள்

உனக்காக அனைத்தும் உனக்காக

தூக்கிப்போட்டு நீ வா

உன்னை தூக்கிச்செல்ல

இவ்வுலகம் காத்திருக்கும்...

வா நண்பா ஒரு கை பார்க்கலாம்...

நகர் கூடு நத்தை

நகர்ந்தே சென்றாலும்

நகர் கூடு நத்தை நானில்லை

பதறிப்போய்

பாதியில் பிரித்துச் செல்ல

பலரில் ஒருவன் நானில்லை

பிரியம் கொண்டே இவ்வுலகில்

பிரிந்த போதும் பயமில்லை

பாலங்கள் தாந்திச்சென்றேன்

இனி குழியென்ற பயமில்லை

வெற்றி தோல்வி என் பார்வையில்

வெறும் வாக்கியம் தானே....

போலி

போலி நாடகம்

போலி முகமூடியன

நீ உன்னை மறைத்தாலும்

கோடி குரல் ஒலிக்க

ஒரு குரல் மட்டும்

உன்னுள் உன்னைத்தேடச் சொல்லி

தள்ளும்

அதுவே காதல்

உன் மீதான காதல்

நொடிப்பொழுதும் காதல்..

அவ்வளவு தாங்க வாழ்க்கை

போர்வைக்குள் கனவு

மதிக்கெட்டு

விதிமீது பழிப்போட்டு

வாழ்க்கை தொலைத்தே

நாள்தோறும் சிந்தும்

உப்புக் கரைசல்...

மனம் கொண்டு

போராடி,

பூட்டிய உலகை

உடைத்தே திறக்கும்

துணிச்சல்,

போராளி ஆனப்பின்பும்

போர்வைக்குள் கனவு ஏன்?

உன் கனவு

விண்வெளி வானமாய் இருக்கட்டும்....

திரை தேடும் கவிஞன்

திரைகுள்ளே திரிந்த போதெல்லாம்

தரை மீது புத்தி மறக்க

தடை ஒன்று உன்னை சேர

தொடும் கல்லெல்லாம் கல் மட்டுமே.

போதை என்ற ஒன்று

புத்தி மட்டும் இட்டுச்செல்ல

உணர்வுக்கு மட்டுமே உயிர் உண்டு,

கனவுக்கு மட்டுமே சிறகுண்டு.

பின் ஏன் கூண்டில் நான்?

கடல் கடந்து போவேன்

என் கனவுகள் மெய்ப்பட…..

தோல்வி தரும் பாடம்

விழிகொண்ட வானுக்கு

வழிகாட்ட நட்சத்திரம்,

மனம் கொண்ட காதலெல்லாம்

கொட்டித் தீர்க்க வாழ்க்கை தோறும்,

உன்னிடத்தே இல்லை என்றால்

தன்னிடத்தே காதல் ஏது?

முற்றுப்புள்ளியும் முக்காற்ப்புள்ளி;

மூடி வைத்த முத்தங்களெல்லாம்

அள்ளித் தெளிக்க வானம் இருக்க,

நேற்றிய தினம் கவலையில்லை,

நாளைப்பற்றி தோன்றவில்லை,

இந்த நொடி மறநித்தாலும்

பயந்துச்செல்ல பாரம் இல்லை,

நினைத்ததெல்லாம் நடந்துவிட்டால்

கற்றுக்கொள்ள ஏதும் இல்லை....

சரிதரன்

சரித்திரனா நீ,
சரியன சில தருணம்,
தவறினால்,
தவிர்த்தவனா நீ;
என்னவென்று சொல்வது,
எவன் இங்கு சொல்வது,
சரிதானே,
நீ நினைத்தால்
சரித்திரமே நீ!

அன்புள்ள ப்ரியசகி

கண்மூடி தூக்கம் இல்லா இரவு

கடிகாரத்தின் நொடிமுள்ளின் ஓட்டம் கூட

ரீங்கார ஒலியாய் எனக்குள் கேட்க

கண்விழித்து நான் பார்த்தால்

அதிகாலை குளிர் காற்று

என் மீது போர்வையாய் படற

இந்நாளை எவ்வாறு நான் மறப்பேன்

உன்னை விட்டு நான் இருந்த

நினைவுகளின் நினைவு.....

என் நினைவெல்லாம் முதல்முறை

உன் கரம் கோர்த்து நாம் நடந்த

கறையோர நினைவுகள்....

ஆசை கொண்டு கட்டிச்செல்ல,

சேர்ந்து பெற்ற பொக்கிஷம் ஒன்று,

உன்னுடன் கொண்ட நினைவெல்லாம்

பிம்பமாய் கண்ணாடியில்

ஓடும் போது,

உன்னைவிட்டு வேறெதற்கு....

எட்டிப்பார்க்க சூரியன் காத்திருக்க,

சொட்டு சொட்டாய் மழை துளி

என்னை நினைத்திருக்க

காற்றோடு கீச்,

காதுக்கு சங்கீதமாக,

உன் வார்த்தைகளே

என் பாடலுக்கு வாரியாய்.....

வருடங்களுக்கு முன்....

உடைந்துபோன மனம் இங்கே,

தொலைந்து போய் நிற்குது,

முடிந்து போன வாழ்விற்கு

புது அர்த்தம் தேடி அலையுது,

விலகிச் சென்ற உறவுக்கு

மது மட்டுமாய்.....

இருட்டென்ன துளைந்தேன்

சிறு அறையில்,

ஒளியென நீ,

புது வழியென பாதை,

புது மனிதனானேன்

உன்னால்....

இன்று கடற்கரையில்....

கடந்துப்போன காலமெல்லாம்
நரையாய் பிம்பம் காட்ட,
கடக்கவிற்க்கும் காலமெல்லாம்
நீ சொன்ன வார்த்தைகள் மட்டும்
வாக்கியமாய்.....

அன்புள்ள ப்ரியசகி.....

அம்பேத்கர்

எளியவன் வலுக்கிறான்,

வாளால் இல்ல,

புத்தகத்தால்,

எள்ளி நகையாடி,

ஏளனமாய் உன்னை பார்ப்பவரெல்லாம்,

தள்ளி நடை போட,

உன் நிழல் கூட தீண்டாமையாம்,

அள்ளி சீதனம்,

உன் அறிவுக்கு,

ஊர் கொடுக்கும்,

ஆறடி உயரம் நீ இல்லை,

அறநூறடி உயர்ந்தாய்,

நீ கொண்ட அறிவினால்.

புரியாத புதிர்

தருணங்களில்

விலகும் போது

கர்வம் துளைத்து

கட்டி அணைப்பதும்

காதல் தான்,

சில தருணங்களில்

மனதை அறிந்து

விட்டு விலகி

தனிமை கொள்வதும்

காதல் தான்,

ஏனோ இது

புரியாத நிலையில்

சிக்கி தவிப்பதும்

காதல் தான்,

என்றும்

புரியாத புதிர்!

மீண்டும் ஒரு காதல் கதை

முற்றும் என

முடிந்து போனபின்,

மீண்டும் முதல்

என தொடங்கும்,

ஏனோ முற்றுப்புள்ளியும்

அவளருகினில்

முக்கால் புள்ளியாய்,

எழுதி முடித்த முடிவுரை,

புதிதாய் தொடங்கும் முகவுரையாய்,

அவள் அருகினில்

ஒரு காதல் கதை!

சமயலறை சமத்துவம்

புதைப் படும்

கனவுகள் இடையே,

சமைக்க படும்

சமையல் அறையில்,

ஏனோ

சமத்துவம் பேசும்

உறங்கி எழுந்த

உறவு,

இது தான் வாழ்க்கை

பழகிப் போகும்,

எழுத்தில் ரௌத்திரம்

காணும் அவள்,

மானிட பந்தங்களின்

விலங்குதைத்து,

சமுகத்திற்கு அடங்காது,

தான் என்று

கர்வம் கொள்ளும்

முறுக்கு மீசை வைக்காத

பாரதி அவள்,

உடன் நிற்போர்

சுட்டி காட்டி
கர்வம் கொள்ளும்,
நிமிர்ந்தே பழகிட்ட
நான் கண்ட
மா மனிதி அவள்!

ஒருதலைக் காதல்

யாரோ ஒருவர்,

சட்டென்று எல்லாம்

ஆகிப் போக,

கால போக்கில்

ஒரு நாள்

யாரோ என

ஆகிப் போக,

சிந்தும் உவர்நீர்

சிந்தையில் மட்டும்,

நியாபகம் சூட்ட

எதிர்பாரா ஒருநாள்,

எவரோ என

வாழ்வில் தோன்ற,

எல்லாம் என ஆகிப்போக,

மனதில் தோன்றும்

வார்த்தையின் போராட்டம்,

எழுத படா சிந்தையின் சாபம்,

சிக்கி நிற்கும்

வார்த்தை மட்டும்

எதோ ஒருநாள்,

தேவதை அவள்

செவி சேர்க்க,

கனல் என

கானல் நீராய்

என் வார்த்தை மட்டும்!

தவிக்கும் கற்பனை கவி

அவள் பேச்சில்

சில கவிஞரின்

கற்பனைகள் தவிடுப்பொடி,

அவளின் எழுத்தில்

பல காவியங்கள்

தோற்குமடி,

அவளை நினைக்கயில்

வார்த்தைகள் கூட

பஞ்சத்தில் தவிக்கும்,

எழுதிடும் போது

கற்பனை கூட

வார்த்தையில் சறுக்கும்,

ஜனனம் மரணம்

இரண்டிற்கும் இடையில்

தஞ்சம் அடைந்தவளே,

என் உயிரை பறித்து

உடலை மட்டும்

எனக்கு தண்டவளே!

தனிமை போராட்டம்

போராட்ட வாழ்க்கை,

தருணங்களில்

கண்ணீர் சிந்தும்

கண்ணங்கள் கூட

ஆறுதல் தேடி

உறவுகள் நாடும்,

காலங்கள் கடக்கையில்

முகமீடி அணைய

பழகிக்கொள்ளும்,

தீட்ட தீட்ட

ஒளிரும் வைரமாய்

பக்குவம் கொள்ளும்,

மதிப்பறிந்த வைரம்

சிலர் பார்வைக்கு

கர்வமாய் தோன்றும்,

தனிமையிலும்

சிரிக்க பழகிக்கொண்ட மனது

உலகையும்

உறவையும் வெல்லும்,

ஆற்றல் கொள்ளும்!

அவள் விழிக்கு ஓர் கவிதை

கற்பனை வழியே

எழுதாய் உறுவேடுக்கும்

உணர்வே கவிதை என்றிருந்தேன்,

உன்னை காணும் முன்;

இப்போது உணர்ந்துக்கொண்டேன்,

விழியின் வழியே

உயிருக்குள் மின்னலடிக்கும்

அதிசயமே "கவிதை"!

தமிழ் மீது காதல்

தனிமையில் துணை தேட

வாசகத்தால் ஆட்கெண்டாய்,

சில பொழுதுகளில்,

கண்ணீரில் நான் அமர

எழுத்தாய் ஆறுதல் ஆனாய்,

பகுத்தறிவு கற்றுத்தந்து

ரௌத்திரமும் பழகச்செய்தாய்,

தூக்கம் இல்லா இரவுகளிலும்

விடியும் வரை கதைத்திருந்தோம்,

தூரம் கடக்கும் வேலையிலும்

இசையால் இணைந்திருந்தோம்,

உன்னோடு நான் கழித்த நாட்களில்

என்னையும் கவிஞனாகச்செய்தாய்,

இதோ உனக்கு

என் காதல் மடல்!

தீராட தனிமை

வார்த்தையில் கடந்த
நினைவுகளும்,
ஏனோ இன்று
மௌனத்திளும் ஆட்கொண்டு,
கடக்கும் பாதையின்
அழியா சுவடுகளாய்,
கடந்து செல்ல
வாழ்க்கையும் பயணமாய்,
பழகிக்கொள்ள நேரம் கூட
நண்பனாகும்,
தீராட தனிமையும்
சில பொழுதுகளில்
விடையாகும்!

அவள் வசம்

நகர்கின்ற பொழுதுகளில்

கழிகின்ற கனவினை,

உனதருகினில்,

இழந்த உறவினை,

புதிதாய்

மீண்டும் ஒரு முறை

இதயம் வழி

அறிவு உறைத்திட

செயலி

செயல் உணர்த்திட

என் வசம் நானில்லை

உன் வசம் நானானேன்!

கற்பிக்கும் பாடம் கற்பு

காதல் கொண்ட

கோவலன் ஏனோ

கர்வம் என்றே

கற்பினில் வைத்தான்

விதியாய்

பெண்மணி

கௌரவம் சேர்க்கும்

குலத்தின் அடிமை

அவளும் ஆனாள்

மஞ்சள் கயிறு

பொருளாய் கொண்டு

சகித்துப் போகும்

மாதேவி கடவுளும் ஆனாள்

அன்பில் தொலைந்த

மாதவி ஏனோ

வேசியாக தொலைந்து போனால்

நொடிக்கு நூறு காதல்

நாட்களிலும்
வருதங்களிலும்
உறவின் ஆழம்
அமைந்துப் போகும்
தருணங்களில்
காலம்
காதலை
நமக்காக வழிகாட்ட
நொடியினில்
வாழ்நாள் சிரிப்புக்கு
காரணம்
மனம் காட்டும்

மௌனம் பேசும் இசை

தனியாக பழகிய தூரம்

துணையாக அவள் கிடைக்க

மூடிவைத்த எனது முகவரி

இனி அவள் வசம்;

ஏனோ புது கவிதை

புது வசந்தம்,

சன்னல் வழி சந்தம் சேர்க்க

மௌனம் மொழி கூட

இனி இசை பேசும்;

இரண்டாம் பயணம்

நகர்ந்துச் செல்ல

இடைவேளி தூரம் மட்டும்

காலங்கள் கடந்து செல்ல

நினைவுகளில் ஞாபகம் மட்டும்

விடைத்த ஆசையெல்லாம்

விருச்சம் பொழுதுகளில் கறைய

ஆசை வாழ்க்கை நோக்கி

மீண்டும் ஒரு பயணம்

தேடி பறக்கும்

கண்டங்கள் தாண்டும் பறவையாய்...

கவிஞனின் காதல்

விழியினில் தொடரும் மௌனம்

மொழியின் துணையால்

கவிதையாய் பிறக்கும்;

காரியங்களின் அர்த்தங்கள் கோர்க்கும்

தேடலில் துலைந்த

எழுதாலேனே நான்;

அவளின் அருகாமை

எழுத்தில் கண்டபின்

வார்த்தையில் காதல்

கவி கோர்க்கும்

இதயத்திற்கு புரியும்;

புரியாத உறவுகள்

ஏனோ உறவுகள்

விடுகதையா?

தொடர்கதையா?

அர்த்தங்கள் புரியாத கவிதையா?

என் என்ற கேள்விக்கு

சுகமாய் சில நினைவுகள்,

சுமையாய் பல கனங்கள்,

புரிந்துக் கொள்ள முயற்சித்தும்

புதிராய் உறவுகள்,

போதும் என விலகி நின்றேன்,

சில நொடி பொழுதுகளில்

நினைவுகளில் மட்டும்!

காலமே வரம்

பிரிந்த உறவுகளில்

கனவினை துளைத்து,

கடந்த வழிகளில்

நீங்காத நினைவுகளை சுமந்து,

போன வாழ்வினை

மீண்டும் ஒரு முறை வாழ்ந்திட,

கிடைக்காத வரம் தேடி,

ஏனோ காலம் கடந்து கண்டேன்,

காலமே அந்த தேடி கிடைக்காத வரம்!

அன்பே சிவம்

ஓடி பழகும்

வாழ்க்கை மைதானத்தில்

கல் தடுக்க

கால் சுழற்றி

கீழே விழும்

உயிர்க்கு

முகம் தெரியா

யாரோ ஒருவர்

கை நீட்டி

மீட்டு கொடுப்பார்,

சிலைக்கு பின் ஒளிந்திருக்கும்

போற்றி வணங்கும்

கடவுள் யாதெனில்

அவரே!

அன்பே சிவம்!

சொல்லப்படாத (சொல்ல துடிக்கும்) காதல்

கடந்து போகும் வாழ்க்கையில்
தொலைந்து போகும் நினைவுகள்,
ஏராளம் எல்லார் மனதிலும்;
யோசிக்கையில் சிறு புன்னகை மட்டும்,
கண்ணீரை கடந்து
இதழோரம் சொல்ல துடிக்கும் வார்த்தை,
அனைத்தும் கடத்திச்சென்று,
இன்று வார்த்தையில் சிக்கிய
வாழ்க்கையின் அழகை
தமிழாய் அவளிடம்,
இது வரை கிடைக்காத
இறுதி வாரியாய் காதல் கடிதம்!

அடையாளம்

புகுத்தப்படும் அடையாளம்

ஏனோ தூக்கி சுமக்கும்

சுமைதாங்கி அவளோ!

பெருமைக்கும் கௌரவத்திற்கும்

ஏலம் போகும் உயிர்

ஏனோ அவளோ!

பொருள் ஈட்டி

அலமாரை அடைக்கும்

ஏனோ பொருளாக

சமயலறை மட்டும்!

ஏன் என்ற கேள்விக்கு

பதில் தெரியா

என் என்று அவளை

தமிழ் பெயருக்கு ஒரு காதல்

சத்தங்கள் இடையே சந்தங்கள்

தேடும் வார்த்தையாய்

ஏனோ காதல்;

மௌனங்கள் இடையே

இசையாய் ஒர் கவிதை

காதல்,

சிலருக்கு மட்டும்;

ஏன் என்று கேட்பாருக்கு

புரியாத பதிவாய் காதல்,

அவருக்கு மட்டும்;

சில சமயம் சொற்கள்

கொட்டி அழகு பார்க்கும்,

சில சமயம் குழப்பம்

ஏனோ அலையாய் மோதும்;

விழி முன் தோன்றும்போது

கோழையாய் மனம் பதபதைக்கும்,

இன்றும் புரியா மாயம் அது;

மீண்டும் ஒரு முறை

தமிழ் பெயருக்கு

தூதாய் ஒரு கவிதை!

புதைந்த காதல்

நினைவுகளில் தங்கும்

சில உறவுகளின் காயம்

காலம் கடக்கையில்

ஏனோ காதல் மட்டும்

கடப்பதில்லை;

புதைகையில் புதையும்

புதையலாய்

ஏதோ ஒரு

துலைந்த சுகமாய்..

ஏனோ அவளோடு மட்டும்

என்னை நான் மறந்தேன்.

ரெளத்திரம் பழகட்டும்

தேடலும் தொடரட்டும்

பகுத்தறிவு காணும்

ரெளத்திரம்

விழி வழியே

கண்ணீரே வெளிப்பாடு;

அறிவும் எழுத்தும்

ஆயுதம் ஏந்தும்

கரங்களுக்கு தாழ்ந்ததில்லை;

சொற்கள் ஏந்தும்

சொல்லே விடுதலை காணும்;

பை நிறைக்கும் பணம்

என்றோ ஒரு நாள்

ஒருவரின் வயிர் நிறைக்கட்டும்;

அடக்கம் பொருள் நீக்கும்

கண்ணின் நீரில்

ரெளத்திரம் பழகட்டும்!

கடவுள் வகுத்த பாதை

என்ன வேண்டும் என்பதெல்லாம்

அவனுக்கு தெரியும்,

வேண்டிய எண்ணங்கள் எல்லாம்

உனக்கு புரியும்,

புதிதாய் மாறும் போது

தயக்கங்கள் தோன்றும்,

முடியாத செயல்கள்

உன் பலத்தினை கூட்டும்,

நியாயம் எல்லாம்

காலப்போக்கில் தோன்றும்

அனுபவம் தானே,

கண்ணீர் எல்லாம்

உன் வழிகளில்

வெற்றிகள் தானே,

நீ வேண்டியதை

உன் கையில் சேற்கும்

இந்த உலகம் தான்,

உன் முயற்சிக்கு

இந்த உலகம் பணியும் தான்...

தேவதை அவள் சிரிப்புக்கு

பல நூறு இரவுகள்

தனிமையில்,

கண்ணீரில்,

சொற்களின் இலக்கணம் தொலைத்து,

நினைவுகளின் துணையில் மட்டும்,

காயங்கள் பல கண்டு,

போர்வைக்குள்,

இருளில்,

புழுங்கி புதைந்த உள்ளங்கள்;

இன்று புதிதாய்

ஒரு பாதை

உனக்காக,

உன் காயங்கள் ஆற,

உனக்காக,

உன் புன்னகைகாக,

உனக்காக,

உன் மனதிற்காக,

உனக்காக,

புதைக்கப்பட்ட புதையல்;

கேள்விக்கு பதில் இல்லை

ஏனென்றால்

உன் சிரிப்புக்கு உன் உலகம்

காத்திருக்கும் போது

தேவதை நீ

சிரிக்க பழகிடு!

சொந்தம் கொண்டாடும் அவள் உடல்

வயது கடக்கும் முன்

சந்தையில் இடம் மாறும்

பழைய பொருளின் வியாபாரம்

விற்று தீர்க்கும் கட்டாயம்

ஏனோ சமூகம்

அவளின் தகுதி தாண்டி

கல்யாணம் மகப்பேறும் போற்றும்

அதுவே பெருமை சாற்றும்

சமூக ஒருநிலை பாடு;

சமையல் அறை ஏனோ

அவளின் அரண்மனை

வகுத்து வைத்த

மூடன் யாரோ?

சமூகத்தில்

கேலி

பறைசாற்றும் கிறுக்கன் அவனோ;

நவீன அடக்குமுறை தீரட்டும்,

சொந்தம் கொண்டாட

உடல் உயிர்

அவள் பட்டா போட்ட பொருள் அல்ல;

ஆடை குறைத்தால் கேட்டால்

ஏனோ ஆடையில் மட்டும் மானம் புகுத்தி,

குறைக்கையில் ஏனோ தன்மானம் குறைபட,

பழிபோட்டு,

தரம் தாழ்த்தி,

கலாச்சார காப்பகன் நாடகம் ஏனோ?

அடிமை பாவை

அவள் தானே

ஏதோ என்றோ

ஒருவருக்கு பதில் கூறும்

விடையாகிப் போனப்பின்

வினா யாதென்றால்

அடிமையே பொருளாகும்.

தெரிந்தே பிழைத்தேன்

ஆயிரம் முறை உன்னை

கண்ட பின்னும்

ஏனோ உன் பிம்பம்

என் கண் வழியே

தோன்றும் போது

உன்னை முதல் கனம்,

நீ தூரத்தில் கை அசைக்க

நொடிக்கு நூறென

துடிக்கும் என் இதயம்

இன்றும் அதே படபடப்பு;

சொற்களால் சொல்லாத

என் வார்த்தை,

என் கவி வழியே

உன்னை அடைய,

அடையும் வரை,

ஆயிரம் கவி

உன்னை பாடி

நான் இசைப்பேன்,

காரணம் கேட்டால்,

உன்னை விட

பொக்கிஷம் தேவதை
எதுவோ
வார்த்தையில் அடக்க
தோன்றவில்லை,
தெரிந்தே பிழைத்தேன்!

யாரோ எவரோ

விழுவதும்

எழுவதும்,

இருள்வதும்

விடிவதும்,

முடிவதும்

மீண்டும் புதிதாய்

காயங்கள் ஆற

வாழ்க்கை தொடர்வதும்,

கண்ணீரில் தொலைத்த கனவு

புதிதாய் ஒரு முறை

கண்களில் காணும் போது

புன்னகைக்க காரணம் எவரோ;

கண்முன் தொடங்கும்

தேடலில் நினைவுகள்

பறிக்கொடுத்த காலங்கள்,

தடுமாறி கலங்கி நிற்பின்

துணை நின்று

புன்னகைக்க செய்தார் அவரோ!

முடிந்தது முதல் வரியே

ஏதேதோ

எண்ணங்கள் வந்து

தூக்கம் கலைத்த இரவில்

காரணம் தேடி அலைந்தேன்;

விழிக்கையில்

மந்திரம் போல் வாழ்க்கை

மீண்டும் திரும்பி கிடைக்காதா!

கண் விழித்தே

கனாவில் துலைந்தேன்;

வாழ பழகிக்கொண்டேன்,

கனாவினும் நிகழ்வு

அழகானது;

துலைந்தது அனுபவம்,

கிடைப்பதோ பொக்கிஷம்.

வாழ்வெனும் கவிதையில்

முடிந்தது முதல் வரியே,

தொடரட்டும்.

உறவின் தேவை

சரிதானே என்று

தணிந்து நின்று,

துவண்டு போனபின்,

முன்னமே அறிவேன்,

அறிவுரை காட்டிலும்,

எழுந்து வா,

போராட தோள் தருகிறேன்,

உறவின் தேவையாம்!

பிணைப்பின் பயணம்

குறைகூறி
பிடித்தார் போல்
ஒருவரை ஒருவர்
இடைத்தட்டி இடம் மாற்றும்,
விரும்பினால் உன்னை மாற்றும்,
வாய்மொழியே புரிதலோ?
எவர் இயற்கை யாதோ,
புரிதலே அடித்தளமாய்,
யாதோ இருவர்,
ஒருசேர வளர்வதே
பிணைப்பின் பயணமோ!

இதுவும் பழகிக்கொண்டேன்

தடையோ

தண்டனையோ

தோற்றுப்போன மனது,

நான் தான் என பழி போடும்

உள்ளுணர்வு;

விடிந்தும்

விடியலைத் தேடி நகரும்

மனம்,

யார் யாரோ

கடந்தவரேல்லாம்,

காலப்போக்கில் நினைவுகளில் மட்டும்;

சின்னதொரு வாழ்வில்

எவருக்கோ வெந்து

புழுகயினும்,

எனக்காக சிரித்து

கொண்டாட பழகிக்கொண்டேன்!

இயற்கையின் நியதி

மீண்டும் கிடைக்காது

என தொலைக்கப்பட்ட ஏதோ ஒன்று,

காலங்கள் கடக்கையில்,

பாதங்கள் பல நடத்திச் செல்லும்.

மீண்டும் ஒரு முறை

உணர்வோ உறவோ காதலோ

மனதினை கடத்திச்சென்று

வாழ சொல்லித்தரும்.

மீண்டும் அது தொலைந்து போகும்.

கிடைப்பதும்

கொடுப்பதும்

பின் தொலைவதும்

இயற்கையின் நியதியே!

காயங்கள் அனைத்தும்

உனக்கானவர்களை நோக்கி

உன்னை நகர்த்தும் கருவியே,

அப்படி சந்திக்கையில்

கட்டி அனைத்து பற்றிக்கொள்!

அவள் மகிழட்டும்

கவிப்பிலும்

இதழ் சினுங்கும் சிறுபிலும்

ஏனோ அவள் முகம்

சிறித்து மகிழ

ஒரு நொடி

புன்னகைக்கும்

ஒரு தருணம்

அவளது

அவளுக்காக

உலகம் மறந்து

அவள் மகிழட்டும்!

கூட்டி பெருக்கும் குப்பை

அடுத்த ஜென்மம்

பிறவி

காலம்

நேரம் என

பொழுது கழிக்கும் நேசம் ,

இருந்தும்

இறந்தும்

காலத்தின்,

தனிமையின் வலி

வெறும்

கூட்டி பெருக்கும் குப்பை

தனிமையே விடை

யாதோ

எதுவோ

தடம் மாறிப் போன

உயிரும்

இதுவோ!

இருள்போக்கில்

எதுவும் நியாயமோ;

தேடலில்

தனிமையே விடையோ,

புதைந்தப்பின்

புதையயலே பொருளோ,

இல்லை

கரைந்துப் போகும்

மண்ணின் உரமோ;

கவியிலும் அடங்காத அவள்

கண் இமைக்கும் பொழுதில்

கடந்து செல்லும் வாழ்வில்

ஏனோ இவள் முகம் மட்டும்

வரம் என;

கற்பனையிலும் கொட்டி தீர்க்காத

எழுத்தை

கவியிலும் அடங்காத அவளை

தேவதை இன்றி

எதை சொல்லி நான் கவிப்பேன்!

குடிகார கவிஞன்

கொட்டி தீர்க்க

அழுகையும்,

பகிர்ந்து தீர்க்க

வார்த்தையும்,

விசைப்பலகை

தட்டி தீர்க்கும்

எழுத்துகளும்,

வாழ்க்கையில் எதுவோ,

கோப்பைக்குள் தனிமை

தண்ணீரில் தத்தளிக்கும்!

அறிவு ராட்சசி

கனாவென

கற்பனையிலும் அவள் முகம்;

வினாவென

முப்பொழுதும்

கடந்துச் செல்லும்;

நான்தான் என

தானாக வந்தால் அவள்,

தேவதை அவள்,

அறிவு ராட்சசி அவள்,

வியந்து நின்றேன்;

மனம் ஆர்ப்பரித்து

அடங்கிப்போனப் பின்

புரிந்து நின்றேன்,

தேவதை அவள் என்று!

இது காதலோ

முதல் நாள்

உன்னை நான்

பார்த்தேன், விழுந்தேன்;

அழகாய்

உன் பார்வையில்

தொலைந்தேன்;

மறந்தேன்

நகர்ந்தேன்

இது காதல் தானோ!

நொடிகள்

தொலைத்தேன்

இது காதல் தானோ!

மனதில் தோன்றிய

மயக்கங்கள்

உன் விழி பார்க்கையில்

தயக்கங்கள்

இருவரி கவிதையாய்

காதலை பாடினேன்!

கண்மணி

என் பொண்மணி

என்தன் காதல் நீயடி!

தேவதை

என் பூங்கோதை

என் காலமும் நீயடி!

நொடிகள் கனகுதடி

காலங்கள் கடக்குதடி

பெண்ணே உன்

கருவிழி பார்வையில்;

நெஞ்சமும் துடிகுதடி

நேர்மையும் உடையுதடி

பெண்ணே என் தோல்களில்

நீ சாய்கையில்;

உன் பார்வை

அது மின்னலோ

உன் வார்த்தை

கவியோ?

உன் புன்னகை
புது போதையோ,
உன் மௌனம்
பேசாதோ!

முதல் நாள்
உன்னை நான்
பார்த்தேன், விழுந்தேன்;
அழகாய்
உன் பார்வையில்
தொலைந்தேன்;
மறந்தேன்
நகர்ந்தேன்
இது காதல் தானோ!
நொடிகள்
தொலைத்தேன்
இது காதல் தானோ!

தொடரும்

பூங்காற்று நீ
புதிதாக நீ
கனவோடு கைகூடா
புது பாதை நீ;
விழி ஓரமாய்
கனவொன்று நீ
மையோடு தீராத
மெய்ப்பாடல் நீ;

வாழ்வும்
அறிவுரை கூறும்,
நாளும்
அனுபவமாகும்,
மனதை திறந்து
நீ பார்த்தால்,
பாட்டாக நீ;

முகமூடி அணிந்தாலும்
முகவரி மறந்தாலும்
வாழ்வென்னும் ஒரு கீதம்
அது தொடரும்;

அருகினில் என தோன்றும்

தொலைவென அது மாறும்

காலம் அது ஓடும்

கனவே;

மேகங்கள் சுழாத

புதுப்பாதையா?

குழப்பங்கள் தீராத

புதுபோதையா?

தொடரும்

புது வாழ்வென

ஒரு மேடை;

தோன்றும்

புது கவியென

ஒரு பாதை;

கிறுக்கல்கள் காணாத

வெறும் தாள்கள்

கவியாகுமோ?

கவிதை

கரைந்தோடும்
உந்துருளியாய்,
உவர் நீர்
தொண்டை
நனைக்கும் போது,
சிக்கி கொண்ட
வார்த்தை யாவும்
என்னுள்ளே சேர்த்திடும் கவிதை!

பிம்பம் காட்டும்
நிழல்காண் மண்டிலம்,
கானலாய்
அவள் முகம்
பார்க்கையில்,
பொய்யாய் போன
நிஜங்களை,
பொக்கிஷமாய்
நினைவில் சேர்த்திடும் கவிதை!

எனக்குள் சிக்கிக்கொண்ட கவிதை

மௌனம் சொல்லும் வார்த்தை

சமயங்களில்

ஊமையெனவே

ஆகிப்போவதும் உண்டு,

செவியின் கதவுகள் மூடப்பட

தாளிடம்

தஞ்சம் புகும் வார்த்தைகள்,

பேனாவின் முனை

காகிதத்தை தீண்டும் போதெல்லாம்

அறிமுகமில்லா யாரோ ஒருவர்

அடைக்கலம் தந்தார் போன்ற

உணர்வு;

வேகமாய் ஓடிடும் நாட்களில்

சொல்லி முடித்த

காதல், நன்றி, மன்னிப்பு

சொல்லாமல் போன

காதல், நன்றி, மன்னிப்பு

கடைசி காலம்வரை

நெஞ்சினில் சுமந்திடும்

எத்தனை உயிர்கள்;

கிழப்பருவம் எய்தி
நினைவுகளை முட்டும்
அசைப்போடும் போது
கண்ணீரோடு புன்னகை

சம்பளமாய் தரும்
வாழ்வு போதும்;
தோன்றிடும் அனைத்திற்கும்
முடிவும் உண்டு,
முற்றுப்பெறாத கவி கூட
சுகம் தராது,
கல்லறை வரை
தூக்கிச் சென்று
என்னோடு புதையும்
கவி போதும்!!!!!

மூன்றாம் காதல்

நரையாய்
தலை நிறைந்திடும் போதும்
குறையாத காதல் வேண்டும்,
கர்வம்
தலைக்கேறும் போது
கன்னம் அறைந்து
வழி காட்டிட வேண்டும்,
சொற்களை
நான் தேடிடும் போது
கவியாய்
அவள் வார்த்தை வேண்டும்,
சொற்களே
இல்லாமல் போனாலும்
மௌனமாய்
அவள் துணை வேண்டும்,
கருத்துகள் வேறுப்பட்டால்
அறிவுக்கு உறம்போடும்
வாதமும் வேண்டும்,
கலைத்து
அவள் மடி சாய்ந்தால்

தலை முடி களைய

கொதிடும் விரல் வேண்டும்,

தவறை கண்டால்

ரௌத்திரம் பழகிய

குணமும் வேண்டும்,

சரி எனப்பட்டால்

உலகை எதிர்க்கும்

துணிவும் வேண்டும்,

குறுகிய வட்டம் தாண்டி

கனவு கண்டிடும்

பகுத்தறிவும் வேண்டும்,

ஊடல் போழுதில்

செல்ல சண்டை வேண்டும்,

ஏனோ பிறந்தோம்

சமுகத்தின் விதியால்

திருமணத்தில் இணைந்தோம்,

என தாண்டி,

இரு வேற் கவிதையால்

இருவரும் வளர்த்தோம்,

இருவரும் வென்றோம்,

என இருவரும்

வாழ்ந்திட வேண்டும்!!

அடுமனை ஆண்-அவம்

அடுமனையில்

அமர்ந்திடும் விளக்காய்

கரியினில் புழுங்கிடும்

கௌரவம்

உடல் சார,

ஆடை திருத்திடும்

ஆண்-அவம்,

மேனி

கற்பு சார

பாடம் எழுதிடும்

சமூகம்,

பாட திட்டங்களில்

தேர்வு எழுதிட

தேர்ச்சி பெற்றாள்

அவள்

பெண்மை எய்திட;

தொடர்கதை

எழுதிடும்

எழுதுகோல்,

பேனா மை

தீரும் வரை

தீட்டிடும் கவிதையாய்

வாழ்க்கை,

சில நேரம்

புன்னகையால் நிறைந்திடும்,

சில நேரம்

கண்ணீரால் புணையயும்,

சமயங்களில்

தொடங்கிடும் கவி

பிழையாய் போகும்,

காரணமோ

காலமோ நேரமோ,

தேடலில் தொடங்கும்

கவி

தொடர்கதையாய்;